राहण्यासाठी किंवा सोडण्यासाठी:- क्षमा करणे

धनेश घनश्याम गावडे

Copyright © Dhanesh Ghanashyam Gawde
All Rights Reserved.

ISBN 979-888591028-6

अनुक्रमणिका

ऋणनिर्देश, पावती

तो धनेश घनश्याम गावडे. तो मूळचा गोव्याचा, पण तो सावंतवाडी, सिंधुदुर्गमध्ये शिक्षण पूर्ण करत आहे. तो सध्या श्री पंचम खेमराज कॉलेज, सावंतवाडी, महाराष्ट्र येथे बीबीआय (बँकिंग आणि विमा) करत आहे. त्याने कॉम्प्युटर इंजिनीअरिंगचा डिप्लोमाही केला आहे. त्याला कथा, कविता, इत्यादी वाचायला आणि लिहायला आवडतात. त्याला भयकथा लिहिण्याची खूप आवड आहे. यशस्वी लेखक आणि लेखक बनणे हे त्यांचे ध्येय आहे.

तुम्ही त्याला इन्स्टाग्रामवर फॉलो करू शकता:- unreliableuniform62

प्रस्तावना

मी बदामाच्या झाडाला म्हणालो, "मित्रा, माझ्याशी देवाविषयी बोल." आणि बदामाचे झाड फुलले.

स्वतःला सावरण्यासाठी, प्रथम आपण आपल्या वेदनांमध्ये कोणती भूमिका बजावली हे लक्षात घेतले पाहिजे. मग आपण या जाणिवेची वेदना आणि दुःख खोलवर आणि पूर्णपणे अनुभवू शकू. तरच आपण स्वतःला क्षमा करू शकतो आणि स्वीकारू शकतो, आपल्याला इतरांना प्रामाणिकपणे क्षमा करण्याची परवानगी देतो. या उपचार प्रक्रियेतून, स्पष्टता येते जी आपल्याला योग्य निर्णय घेण्यासाठी आणि मूलभूतपणे बदलण्यासाठी आवश्यक असलेली उत्तरे देते.

प्रस्तावना.

मी बदामाच्या झाडाला म्हणालो, "मित्रा, माझ्याशी देवाविषयी बोल." आणि बदामाचे झाड फुलले.

स्वतःला सावरण्यासाठी, प्रथम आपण आपल्या वेदनांमध्ये कोणती भूमिका बजावली हे लक्षात घेतले पाहिजे. मग आपण या जाणिवेची वेदना आणि दुःख खोलवर आणि पूर्णपणे अनुभवू शकू. तरच आपण स्वतःला क्षमा करू शकतो आणि स्वीकारू शकतो, आपल्याला इतरांना प्रामाणिकपणे क्षमा करण्याची परवानगी देतो. या उपचार प्रक्रियेतून, स्पष्टता येते जी आपल्याला योग्य निर्णय घेण्यासाठी आणि मूलभूतपणे बदलण्यासाठी आवश्यक असलेली उतरे देते.

बोध

आजारी महिलेने आपल्या पतीला मृत्यूपूर्वी क्षमा करण्याचा मार्ग शोधून काढण्याच्या आशेने कार्यशाळेत आणण्यास सांगितले होते. आणि मग काहीतरी वेगळंच झालं. तिला काही अपेक्षित नव्हते. तिला कळले की तिच्या पतीपेक्षा क्षमा करण्यासारखे बरेच काही आहे. तिचे आयुष्य नावाच्या नाटकात दोन खेळाडू होते. दोन तत्व अभिनेते. आणि ती त्या दोघांपैकी एक होती. तिच्या पतीला क्षमा करण्यापेक्षा तिला स्वतःला क्षमा करण्याची गरज होती.

आश्चर्यकारक स्पष्टतेने, तिने एकत्र आयुष्यासाठी त्यांचा मूक करार पाहिला. त्यांनी केलेल्या निवडी आणि त्या प्रत्येकाने जगल्या होत्या. तिच्या पतीचे - इतर स्त्रियांबरोबर झोपत राहणे आणि तिचे - तरीही त्याच्यासोबत राहणे. त्याने तिला त्याच्या निवडी स्वीकारण्यास भाग पाडले नाही. एवढी वर्षे त्याने तिला त्याच्यासोबत राहण्यास भाग पाडले नव्हते. राहण्याची निवड नेहमीच तिची स्वतःची होती. तिने राहणे निवडले होते आणि राहण्याचा स्वतःचा तिरस्कार देखील केला होता. तिचे सर्व आयुष्य, तिचे सर्व दुःख - तिचे स्वतःचे काम होते. जणू काही लाइटबल्ब नुकताच चालू होता आणि तिने जे काही सत्य मानले होते ते बदलून टाकले होते. क्षणार्धात विस्तृत, बारकाईने रचलेली कथा ती स्वतःला वेदना जाणवण्यापासून वाचवण्यासाठी इतकी वर्षे सांगत होती. आता, बांध तुटला होता आणि रानटी नदीप्रमाणे तिच्यातून वाहणारा भावनांचा पूर काहीही रोखू शकत नव्हता.

अनुभवण्यासारखे खूप होते आणि ते अनुभवण्यासाठी खूप कमी वेळ होता. पंचवीस वर्षे लपून बसली. तो सगळा राग, तो सगळा हताश राग तिच्या शरीरात भरून, तिच्या अवयवांमध्ये खोलवर घुसवून, तिच्या दृष्टीपासून दूर. ते त्यांच्या वेळेची वाट पाहत तिथेच पडून राहतील, संतापाने क्षुब्ध होऊन, कर्करोगाच्या पेशींमध्ये रूपांतरित होतील, तिच्या स्वतःबद्दल, तिच्या नवऱ्याबद्दल, त्यांच्या एकत्र आयुष्याबद्दल तिच्या अथक द्वेषाला खायला घालतील. तिने स्वतःला इतर कोणापेक्षा जास्त कठोरपणे आणि अधिक दृढनिश्चयाने न्याय दिला होता. पतीवर प्रेम करणं ठीक आहे म्हणून तिला मरावं लागलं का? शेवटी स्वतः ला हुक बंद करण्यासाठी. ती ती वर्षे कधीच परत आणू शकत नाही किंवा

तिने जे केले ते पूर्ववत करू शकत नाही. दुःख-काळोख, शब्दहीन- अक्षम्य वेदना- तिच्या घशाच्या पाठीमागे उठून तिच्या भावनांच्या अफाटतेने तिला गुदमरण्याची धमकी देत होती... जबरदस्त, पण वास्तविक, पहिल्यांदाच.

दुःख जाणवणे, वेदना जाणवणे

दुःख ही भावना इतकी गहन असते की ती एखाद्याच्या आत्म्याच्या अगदी खोलवर पोहोचते. हे आपल्यातील अक्षम्य वेदना आहे आणि ते आपल्यामध्ये कायमचे बदलते. हे आपल्या भूतकाळातील दफनभूमीतील सांगाडे आहेत. सांगाडे ज्यांना पुरले जाणार नाही. आम्ही केलेल्या गोष्टी आम्ही परत घेण्यासाठी आमच्या सामर्थ्याने सर्वकाही करू आणि करू शकत नाही. स्त्रीचे दुःख: स्वतः ची दोष आणि द्वेषाची दशके. स्वतःला शिक्षा करणे, निरुपयोगी वाटणे, स्वतःशी खोटे बोलणे, नाकारणे, परिस्थिती कशीही असली तरी तिच्यावर प्रेम करण्याचा स्वतःचा अधिकार आहे... आत्म-शोषणाचे एक चतुर्थांश शतक. आणि मग कर्करोग.

अक्षम्यांचा सांगाडा. ते रात्री मैदानात फिरतात, आम्हाला जागे ठेवतात, आम्ही काय केले याची आठवण करून देतात आणि आम्हाला कैदी बनवतात. त्यांना विश्रांती देण्याची गरज आहे. ते खूप लांब गडगडले आहेत. ते देखील थकले आहेत आणि जमिनीत घालण्यास तयार आहेत. "पण कसे?" आम्ही विचारतो. पुन्हा पुन्हा आम्ही त्यांना खाली घालण्याचा प्रयत्न करतो, प्रत्येक वेळी पडतो. शेवटी, आम्ही त्यांना "अक्षम्य" मानले आहे आणि त्यांना सोडून देणे आमच्या सामर्थ्याबाहेरचे दिसते. किती कठोरपणे आपण स्वतःचा न्याय करतो. कधीकधी स्वतःपेक्षा दुसऱ्याला क्षमा करणे किती सोपे असते. आपण स्वतः ला दिलेल्या शिक्षेच्या बाबतीत आपण किती कल्पक झालो आहोत. वेदना जिवंत ठेवत, आठवणींना अग्नीच्या अंगारासारखे ढवळत राहणे ज्याला कधीही विझू दिले जात नाही. आणि तरीही-दुसऱ्यांना करुणेच्या नजरेने पाहण्यासाठी आणि अधिक समजूतदार होण्यासाठी आपली अंतःकरणे उघडलेली वेदना आहे. सहानुभूती ही आपल्या दुःखातून जन्मलेली काळजी आहे, अश्रूंमधून आपण ज्या गोष्टी पूर्ववत करू शकत नाही त्यासाठी रडतो. आपले दुःख हे गुन्ह्यांच्या तीव्रतेवरून ठरत नाही, तर आपल्याला झालेल्या वेदनांच्या पातळीवरून आणि आपण केलेल्या कृत्याबद्दल आपण किती कठोरपणे स्वतःचा न्याय केला आहे यावर अवलंबून असते.

हे काहीतरी किरकोळ असू शकते, काहीतरी इतर कोणीतरी डिसमिस केले असते आणि खूप पूर्वी विसरले असते. आमच्यासाठी, तथापि, हे सतत वेदनांचे स्त्रोत आहे, आपण स्वतःबद्दल तिरस्कार करतो त्या प्रत्येक गोष्टीची आठवण करून देतो. मला एक भांडण आठवते. मी एकदा माझ्या भावासोबत होतो. तो नऊ-दहा वर्षांचा असावा. तो वागत होता, त्याला काहीतरी हवे होते जे मी त्याला देऊ देत नव्हते. तपशील गेले आहेत. त्या लढ्याबद्दल मला काही आठवत नाही. पण मला ज्वलंतपणे आठवते, आणि माझ्या सर्वात वेदनादायक आठवणींपैकी एक म्हणजे मी माझ्या कारचा दरवाजा कसा लावला आणि कामावर निघालो, मला माहित आहे की मी त्याला संध्याकाळपर्यंत पाहू शकणार नाही, मला शिक्षा करण्याशिवाय दुसरे काहीही नको होते. त्याला अशा प्रकारे. त्याचा चेहरा भीतीने आणि वेदनांनी भरला होता आणि त्याने केलेल्या कृत्याबद्दल त्याला लगेच पश्चाताप झाला. त्याने पाहिले की मी निघायला तयार आहे आणि त्याला माझ्याकडे धावून मेकअप करायचा होता. आम्ही खूप जवळ होतो आणि मला माहित होते की त्याला माफी मागायची आहे आणि मला असे जाऊ देऊ द्यायचे नाही... पण त्याचा मित्र तिथे हे दृश्य पाहत होता, आणि म्हणून त्याने स्वतः ला रोखून धरले की काही फरक पडत नाही. मी हे सर्व क्षणार्धात पाहिलं, पण धीर सोडला नाही... आणि म्हणून मी त्या गाडीचा दरवाजा ठोठावला आणि निघून गेलो. माझा दिवस नक्कीच उद्ध्वस्त झाला होता आणि संध्याकाळी कामावरून घरी आल्यावर आम्ही मेक अप केला आणि सर्व काही नेहमीप्रमाणे चालू होते.

काय मोठी गोष्ट होती? मला खात्री आहे की माझ्या भावाला ती लढाई आठवतही नसेल. दुसऱ्या दिवशी तो कदाचित विसरला असावा. त्यावेळी आमच्याकडे असलेल्या अनेकांपैकी तो एक होता. माझ्यासाठी, आताही याबद्दल लिहिणे कठीण आहे. त्यासाठी मी अनंत वेळा स्वतःला क्षमा करण्याचा प्रयत्न केला आहे. कधी कधी, मला ती सकाळ आठवते, माझ्या पोटातल्या नेहमीच्या तणावाशिवाय. पण त्याबद्दल लिहिताना मला आता ते जाणवले. ती आठवण माझ्या दुःखांपैकी एक आहे. मी जे काही केले ते मी कधीही परत घेऊ शकत नाही. मी दिलेल्या महत्त्वाने अधिक मजबूत केले. माझ्यासाठी - याचा अर्थ मी पुरेसा चांगला भाऊ नाही. माझ्यासाठी - यापेक्षा वाईट काहीही नव्हते. आम्ही आमचे स्वतःचे कठोर न्यायाधीश आहोत. ज्या गोष्टींसाठी आपण इतरांना सहजपणे माफ करू अशा गोष्टींसाठी स्वतःला जन्मठेपेची शिक्षा देणे. होय,

मला दुःख चांगले माहित आहे. बर्‍याच वर्षांपासून हा माझा गडद साथीदार आहे. परंतु आपण केलेल्या प्रत्येक गोष्टीचा आपल्याला पश्चाताप होतो असे नाही. माझ्या भूतकाळात मी अशा काही गोष्टी केल्या आहेत ज्या माझ्या भावाबरोबरच्या लढाईपेक्षा नक्कीच खूप गंभीर होत्या. त्यापैकी बरेच जण माझ्या जीवनाचे धडे बनले, परंतु माझे दुःख नाही. मला पश्चाताप झाला आहे. मला परिस्थितीबद्दल खेद वाटतो, पण मला खरोखर खेद वाटत नाही. हा विरोधाभास आहे आणि ते सत्य आहे. माझ्यातील एका भागाला जन्मजात माहित आहे की या घटना अशा प्रकारे घडल्या पाहिजेत. माझ्यामुळे इतरांना झालेल्या त्रासाबद्दल मला खेद वाटतो, पण मी जे केले त्याबद्दल मला खेद वाटत नाही. त्या अनुभवांच्या ढिगार्‍यातून, जसजसा मी उदयास आलो, तेच मी आज आहे. तेच धडे वेगळ्या पद्धतीने शिकले असते का?

कदाचित, पण मी नाही. आणि मी त्यांच्यासाठी स्वतःला माफ केले. त्या भूतकाळाचा माझ्यावर कोणताही ताबा नाही आणि तो जगल्यामुळे मी अधिक श्रीमंत आहे. माझ्या आयुष्यात आणखी काही गोष्टी आहेत ज्यांचे माझ्या दुःखात रूपांतर झाले आहे. बहुतेक मी विश्रांती घेण्यास सक्षम आहे. काही अजूनही गेलेले नाहीत, जरी माझे हृदय बरे होत असताना त्यांचे आवाज क्षीण होत जातात आणि मी खोलवर माफ करतो. मला माहित आहे की तो दिवस येईल, आणि लवकरच येईल, की या आठवणी माझ्यावरील पकड गमावतील. एक दिवस ते कायमचे नाहीसे होतील. मी मुक्त होईन. प्रत्येकाच्या मनात दुःख असतेच असे नाही. काहींना, स्वतःची क्षमा सहज मिळते. त्यांच्या कृपेचा भाग आहे. त्यांच्याकडे पश्चाताप करण्याची आणि नंतर सोडण्याची सोपी क्षमता आहे. काहींना भेटवस्तू आहे, स्व-क्षमासह नैसर्गिक सहजता. काहींना नाही. आणि मग, इतरांची क्षमा येते.

अक्षम्य क्षमा करणे

क्षमाशीलता, आम्ही या शब्दाला कितीतरी जीवन सेवा देतो, तो अनौपचारिकपणे आणि बऱ्याचदा वास्तविक न समजता वापरतो, अशा प्रकारे ते कमी प्राप्य बनवतो, त्याच्या शक्तीची विशालता काढून टाकतो. क्षमा करा, आम्ही अनेकदा विचार न करता म्हणतो. मी कधीच माफ करू शकत नाही, आम्ही नेहमी म्हणतो. हे लक्षात न घेता, असे बोलून, आपण आपल्या मनाच्या खोलात खोलवर जाऊन वेदनांना मूक संमती देत आहोत. जोपर्यंत आपल्या भूतकाळात असे लोक आहेत जोपर्यंत आपण क्षमा केली नाही, आपण त्यांच्यापासून मुक्त नाही. ते नेहमीच आपल्याबरोबर असतात, कायमचे बंद करतात, आपल्या मान खाली घालतात, आपल्या कानात कुजबुजतात, आपली थट्टा करतात, आपल्या मनःशांतीला धोका देतात, आपल्या वेदनांची सतत जाणीव किंवा बेशुद्ध आठवण करून देतात. जर तुम्ही थांबून क्षणभर विचार केला तर तुमच्या अलीकडच्या काळातील किंवा फार पूर्वीपासून गेलेले लोक नाहीत का ज्यांच्याशी तुम्ही मूक संवाद करत आहात? वाद घालणे, आपला मुद्दा सिद्ध करणे, परत लढणे, ऐकण्यात कधीही यश आले नाही, संभाषण नेहमी संतप्त आणि आपण कधीपासून सुरू केले त्यापेक्षा जास्त निराश होते? अशाप्रकारे वीस-तीस वर्षांपूर्वी झालेला संघर्ष तसा ताजा आणि जिवंत ठेवला की काल घडला तो कशामुळे झाला?

तुम्ही हायस्कूलमध्ये ज्युनियर असताना तुमच्याशी जे काही केले त्याबद्दल तुम्ही ज्या वडिलांना माफ केले आहे - तो इथेच आहे, तुमच्या खांद्यावर नजर टाकत आहे, तुम्हाला कधीही काहीही होणार नाही असे सांगत आहे. तू सतरा वर्षांचा असताना त्याने केला होता तसा. पण मी वीस वर्षांत त्याला पाहिले नाही किंवा त्याच्याशी बोललो नाही! काही फरक पडत नाही. तो अजूनही इथेच आहे. तू त्याला जाऊ दिले नाहीस. आणि तुमच्यावर अधिकार असलेला प्रत्येकजण, वास्तविक किंवा समजलेला, "पिता" बनतो, जो कधीही मंजूर करणार नाही, जो तुम्हाला नेहमी खाली आणेल, ज्याच्याविरुद्ध तुम्हाला बंड करण्याची गरज आहे, किंवा दोन्हीकडून स्वीकृती घ्यायची आहे. आणि सर्वांत भयावह काय आहे - तुम्हाला ते माहित देखील नाही. आणि आता तुम्ही सदतीस आहात, तुम्ही

स्वतः वडील आहात, अजूनही अधिकाऱ्यांची संख्या, वडील, या सर्वांच्या समस्या आहेत. आपण प्रौढ म्हणून त्यांना प्रतिसाद देण्यास मोकळे नाही. त्याऐवजी, तुम्ही बेशुद्ध प्रतिक्षिप्त क्रियांच्या दयेवर आहात, प्रौढ व्यक्तीच्या शरीरातील किशोरवयीन. होय, आम्ही ज्यांना माफ करणार नाही ते आम्ही आमच्या पाठीवर ठेवतो, आम्हाला माहित असो वा नसो. आणि केवळ माफीमुळेच त्याचा अंत होईल. "पण जर मी क्षमा केली तर," काही म्हणतात, "मग त्यांनी माझ्याशी जे केले ते मी विसरेन. आणि मला ते कधीच माफ करायचे नाही. माझ्यासोबत अशा काही गोष्टी घडल्या ज्या मी कधीही माफ करू शकत नाही. कधीच नाही. मी त्यांना माफ करणार नाही. मी करू शकत नाही."

मला समजते. खून, बलात्कार, अनाचार, शारीरिक आणि भावनिक अत्याचार, लहान मुलांवरचे क्रौर्य... यादी मोठी आहे. यादी न संपणारी आहे. ते खरे आहे. आणि येथे माफीचा विरोधाभास आहे. या खरोखरच अशा गोष्टी आहेत ज्या अक्षम्य वाटतात आणि तरीही त्यापासून मुक्त होण्यासाठी आपण क्षमा केली पाहिजे. फाशीच्या शिक्षेच्या वकिलांनी आणि पीडितांचे मित्र आणि नातेवाईक ज्यांना खात्री आहे की खुन्याच्या मृत्यूची साक्ष दिल्याने त्यांना त्यांच्या नुकसानाच्या वेदनातून मुक्तता मिळेल, हे असे नाही. ज्याने त्यांच्या प्रियजनांचा जीव घेतला त्या व्यक्तीच्या मृत्यूने त्यांना पूर्ण होण्याची आशा होती. बऱ्याच प्रकरणांमध्ये, त्यांच्या दुःखाच्या पहिल्या टप्प्याचा तो फक्त शेवट होता. शोकांतिकेचा सामना करण्याचा एकमेव मार्ग म्हणजे त्यांची सर्व शक्ती न्यायावर केंद्रित करणे. खुन्याचा शोध घेणे, मृत्युदंडाची इच्छा असणे, न्यायालयीन कामकाजाचा उलगडा पाहणे - काहीही, काहीही जे त्यांना त्यांच्या नुकसानाची अकल्पनीय भयावहता पूर्णपणे अनुभवण्यापासून दूर नेऊ शकते. असे वाटणे म्हणजे स्वतःच मरणे होय. अनेकदा त्यांची इच्छा असायची, अनेकदा त्यांच्या वेदना सहन करण्यापेक्षा जास्त होत्या. दुःखाचा तो प्रारंभिक टप्पा, काही वेळा अनेक वर्षे टिकणारा, शोकांतिकेतून वाचलेल्यांना त्यांच्या अथांग रागात कोंडून ठेवेल, बदला घेण्याची इच्छा बाळगेल, त्यासाठी लढा देईल, अशी आशा बाळगेल, असा विश्वास ठेवेल की फक्त बदला घेतला की, एकदा ते घडले की त्यांना दिलासा मिळेल. अव्यक्त वेदना ते दररोज जगत होते. आणि मग फाशी दिली जाते, खुन्याचा जीव घेतला जातो, परंतु पूर्ण होण्याची

आशा येत नाही. त्याऐवजी, एक रिक्तता आहे जी वेदना कमी करत नाही, परंतु ती अधिक पृष्ठभागावर आणते. अशा रिकाम्यापणाची, जी वाचलेल्यांना अपेक्षित नव्हती. काहीही बदलले नाही. वेदना नेहमीप्रमाणेच तीव्र आहे- कदाचित अधिक मजबूत-कारण त्यांना ते जाणवण्यापासून विचलित करण्यासाठी आता काहीही नाही. काही प्रकरणांमध्ये, हे शेवटी त्यांच्या नुकसानाची प्रचंडता अनुभवण्यास सक्षम होण्याचा दरवाजा बनतो, त्यानंतर काही प्रमाणात बरे होणे, कदाचित क्षमा आणि बदल देखील.

असेही काही लोक आहेत जे त्यांच्या वेदनांमध्ये बंदिस्त राहतात, ज्यांना ते कारणीभूत होते त्यांच्याबद्दल द्वेष बाळगतात आणि अशा प्रकारे आयुष्यभर त्यांच्याशी (मृत किंवा जिवंत) जोडलेले राहतात.

"पण मला त्यांचा तिरस्कार करण्यासाठी प्रत्येक रात्र असते! मला तिरस्कार करू नका असे सांगू नका! माफीबद्दल माझ्याशी बोलू नका! मी बरोबर आहे! आणि मला ते माहित आहे. मी जिवंत असेपर्यंत त्यांचा द्वेष करीन!" होय. त्यांचा द्वेष करण्याचा तुम्हाला पूर्ण अधिकार आहे. आणि जर तुम्ही असे केले तर, त्यांनी तुमच्याकडून फक्त तुमच्या प्रिय व्यक्तीचे जीवन घेतले नाही, तर त्यांनी प्रभावीपणे तुमचेही घेतले आहे. बदला घेण्याचे तुमचे स्वप्न पूर्ण करून तुमच्या वेदनांचे निवारण होऊ शकत नाही. पण क्षमेने होईल. एकदा का तुम्ही जाणीवपूर्वक तुमची उर्जा द्वेषापासून दूर नेली की, तुम्हाला पहिल्यांदा दिशाभूल होऊ शकते. त्यांच्या दुःखातून बाहेर पडताना असे घडते. थोडक्यात, घट्ट धरलेली मूठ उघडणे आणि वेदना सोडणे - ते विसरणे नाही, परंतु त्यापासून मुक्त होणे हे एक प्रकारचे सोडून देणे आहे. ज्याने तुमच्या आयुष्यातील सर्व काही तुमच्यापासून दूर नेले त्याला माफ केल्याची कदाचित तुम्हाला जाणीवही नसेल. पण त्या व्यक्तीचा विचार करताना आपल्या पोटाच्या खड्ड्यात कोणतीच ओळखीची पकड नसते. आता तर त्याची प्रतिमाही धूसर होत चालली आहे. आपण ज्याला गमावले आहे त्याबद्दल आपण विचार करता आणि आपल्याला माहित आहे की हे प्रेम कधीही दूर होणार नाही. तुमच्यासोबत जे घडले ते तुम्ही कधीही विसरणार नाही. आपण कसे करू शकता? तुमचे नुकसान तुमचा एक भाग बनले आहे आणि यामुळे तुम्हाला कायमचे बदलले आहे.

यामुळे तुमच्या जीवनाची दिशा बदलली आहे, परंतु ती तुम्हाला परिभाषित करण्याची गरज नाही. तुमच्याकडे आहे - ते गेले आहे. पण एक वेगळे भविष्य आहे जे तुमचे असू शकते. आत्म्याची खोली, करुणेची पातळी आणि त्यासह - एक नवीन प्रकाश. तुमची हानी तुमच्या अस्तित्वाच्या फॅब्रिकमध्ये विणलेली आहे, आणि तरीही - तुम्ही तुमच्यावर असलेल्या पकडापासून मुक्त आहात.

आम्ही करू शकत नसल्यास, आमच्याशी जे केले गेले ते आम्हाला क्षमा करण्याची गरज नाही. आम्ही ते कधीही माफ करू शकत नाही. परंतु त्यांनी जे केले त्याबद्दल आपण क्षमा केली पाहिजे. येशू ख्रिस्ताचे प्रसिद्ध शब्द: "बापा, त्यांना क्षमा कर, कारण ते काय करतात हे त्यांना माहीत नाही" हे एक महान आत्म्याने अक्षम्य क्षमाशीलतेचे अभूतपूर्व उदाहरण आहे. आपल्याशी जे केले गेले त्याबद्दल क्षमा करण्याचा अर्थ काय आहे, जरी कधीकधी आपण काय क्षमा करू शकत नाही? बहुतेक लोक हे मान्य करतील की लोक जन्मतः राक्षस नसतात. तरीही, कधीकधी ते एकात बदलतात. त्यांच्या आयुष्याच्या ओघात काही गोष्टी घडतात. वाईट गोष्टी. भयानक गोष्टी. वेदना होतात, ज्यामुळे क्रोध, अपमान, दुखापत, लाज येते. अनेकदा त्यांच्यासोबत काय झाले हे फारसे नसते, तर त्यांनी ते कसे हाताळले ते असते. काही इतरांपेक्षा वेदनांना सामोरे जाण्यासाठी सुसज्ज आहेत. एकाच कुटुंबातील समान घटना एक भाऊ गुन्हेगार बनू शकते, तर दुसरा एक महान मानवतावादी शिक्षक बनू शकतो. अनुभवाचा दुसऱ्या माणसावर काय परिणाम होतो हे ठरवणे आपल्यासाठी नाही. आपण सर्व भिन्न आहोत, आणि त्याचप्रमाणे सामना करण्याची आपली क्षमता आणि आपण निवडू शकतो. लोकांना अपंग भावनिक किंवा शारीरिक वेदना सहन कराव्या लागल्या आहेत, ज्यामुळे त्यांना टाच मारण्याचा मार्ग सापडला नाही, ही वस्तुस्थिती त्यांना इतरांवर समान किंवा त्याहून वाईट गुन्हे करत राहण्याचा परवाना देत नाही. परंतु ही कारणे समजून घेतल्याने आम्हाला त्यांच्या वागणुकीचे "का" क्षमा करण्यास मदत होते.

अकल्पनीय वेदना सहन करत असताना येशू पित्याला त्याच्या छळ करणाऱ्यांना क्षमा करण्यास सांगतो.

का?

कारण ज्यांनी त्याच्याशी हे केले त्यांनी स्वतःच्या वेदना, अज्ञान आणि भीतीमुळे हे केले याची त्याला सखोल समज आहे. त्यांच्यावर जे काही केले गेले त्यामुळे त्यांच्या आत्म्याचे नुकसान झाले. यामुळेच त्यांना अशा क्रौर्यासाठी सक्षम बनवले आहे, केवळ क्षमामध्ये ही वेदनांची साखळी तोडण्याची शक्ती आहे. क्षमा करण्यास नकार देणे म्हणजे नेहमी आपल्या आवेगांचे गुलाम राहणे होय. आपल्या रागातून आणि आपल्या द्वेषातून आणि आत्म-द्वेषातून लज्जेतून जन्माला आलेले गडद आवेग. येशू वेगळ्या पद्धतीचा शिक्षक बनला: दुसरा गाल फिरवा, क्षमा करा, दूर जा. आणि तेव्हापासून मानवता या संकल्पनेशी झगडत आहे. पण येशू ख्रिस्ताच्या कथेने मी खूप प्रभावित झालो आहे. या वास्तविक घटना आहेत किंवा फक्त पौराणिक कथा आहेत यावर तुमचा विश्वास आहे की नाही हे महत्त्वाचे नाही. माफीसाठी कॉल करण्याचे आणि ते करण्याच्या कारणासाठी स्पष्टीकरणाचे एक शक्तिशाली उदाहरण नाही.

क्षमा ही कृपेची अवस्था आहे

क्षमाबद्दलच्या काही गैरसमजांमुळे ते समजणे कठीण होते. काही जण माफ करण्याला कमकुवतपणा मानतात, तर काही लोक क्षमा करण्यास तयार नसतात या भीतीने ज्यांना त्यांनी माफ केले आहे अशा लोकांशी पुन्हा संबंध जोडावे लागतील, ज्याचा त्यांचा कोणताही हेतू किंवा स्वारस्य नाही. यापैकी कोणतेही गृहितक खरे नाही. क्षमा करण्याचे एकमेव कारण म्हणजे स्वतःला तुमच्या भूतकाळापासून मुक्त करणे, जेणेकरून तुम्ही उपलब्ध असलेल्या असंख्य भविष्यकाळात पाऊल टाकू शकता जे तुम्ही वेदनांच्या डोळ्यांनी पाहू शकत नाही. क्षमाशीलता शक्यतेच्या सामर्थ्याचे दार उघडते आणि तुम्हाला दुसऱ्या बाजूला पोहोचवते. तेथे, माफीच्या दुसऱ्या बाजूला, सर्वात अकल्पनीय परिस्थिती तुमच्या समोर येण्याची आणि दावा करण्याची वाट पाहत आहेत. तुम्ही लुकिंग ग्लासमधून पाऊल टाकले आहे आणि काहीही शक्य आहे. माफीच्या दुसऱ्या बाजूला, तुमची दृष्टी अधिक स्पष्ट आहे, तुमची धारणा अव्यवस्थित आहे. ज्या लोकांचा तुम्ही तिरस्कार करत होता ते तुम्हाला दयाळूपणाने आश्चर्यचकित करू शकतात किंवा तुमचे जीवन इतके पूर्णपणे सोडून देतात, तुम्हाला आश्चर्य वाटेल की तुम्ही तुमच्या भूतकाळाचे स्वप्न तर पाहिले नाही. तुम्हाला हे देखील कळेल की त्यांच्यापेक्षा क्षमा करण्यासारखे बरेच काही आहे. आपण शोधू शकता, की आपल्याला ज्या व्यक्तीला सर्वात जास्त क्षमा करण्याची आवश्यकता आहे ती स्वतः आहे. क्षमा ही कृपेची अवस्था आहे. मी हे आधी सांगितले होते, परंतु ते पुन्हा पुन्हा सांगतेः क्षमा केली जाऊ शकत नाही, परंतु केवळ प्राप्त होते. हा एका अर्थाने स्वातंत्र्यासाठीचा आपला रेन डान्स आहे. जेव्हा वाळवंटात पाऊस पडत नाही तेव्हा स्थानिक लोक नाचतात. पाऊस पडेल म्हणून ते "रेन डान्स" नाचतात. आणि मग, कधीतरी-ते घडते. ते नाचले म्हणून पाऊस पडतो का? ते नसले तरी पाऊस पडला असता का? "अर्थात," आम्ही म्हणतो. हवामान नृत्यावर अवलंबून नाही. कदाचित तसे असेल. पण काही फरक पडतो का? ते कसेही नाचतात. पाऊस पडेल म्हणून ते नाचतात आणि मग होतात. आपण क्षमा करण्यासाठी पावले उचलतो, आपण माफीचे नृत्य नाचतो आणि नंतर कधीतरी आपल्याला त्या विशिष्ट व्यक्तीबद्दल जे वाटायचे ते आता आपल्याला वाटत नाही.

ते फक्त गेले आहे. हे कसे घडले? मी अनेक वेळा माफ करण्याचा प्रयत्न केला आहे, पण प्रत्येक वेळी मी दात घासत राहिलो आणि माझे पोट ताणले जाईल आणि मला एक ग्लास पाणी लागेल आणि मग टेलिफोन वाजेल आणि मग मला गोष्टी हाताळाव्या लागतील... आणि मी करू शकलो नाही... प्रत्येक वेळी सारखेच होते. पण मी प्रयत्न करत राहिलो. मला जसं व्हायला हवं होतं... आणि मग एके दिवशी, किंवा एका रात्री, मी पुन्हा एकदा झोपण्यासाठी ओरडलो... काय झालं ते मला कळलं नाही... मी वेगळीच जागा झालो. मी माझा राग शोधला आणि तो निघून गेला. द्वेष? माझ्या लक्षात येईपर्यंत माझ्याकडे एक मिनिटही नव्हता. ते कुठे होते? गेले. तुम्ही ती सर्व परिचित ठिकाणे शोधता, तुम्ही ओळखीच्या प्रतिमा, प्रतिमा परत आणता ज्या तुम्हाला रंजक बनवतात, परंतु ते तुम्हाला पूर्वीसारखे वाटत नाहीत. आता हे व्यंगचित्र पाहण्यासारखे आहे. त्यांनी त्यांची शक्ती गमावली आहे आणि तुम्ही त्यांना फक्त बंद करा. काय झालं? कधी? ते कधी घेतले होते? काही फरक पडत नाही? कदाचित तुमचा हेतू सर्व आवश्यक होता. क्षमा चमत्कारिक क्षेत्रातून येते. ही एक जादू आहे जी आपल्या भाषेतील शब्दांमध्ये ठेवता येत नाही. ते आपल्या तर्काला झुगारते; ते आपल्या बौद्धिक आकलनाच्या पलीकडे आहे. आम्ही त्याच्या यंत्रणेबद्दल जे काही विश्वास ठेवतो ते त्याला स्पर्श करू शकत नाही.

क्षमा ही एक भेट आहे.

एकदा आपण त्याचा अनुभव घेतला, एकदा त्याचा स्पर्श झाला की त्याची कृपा आपल्याला कायमची बदलते. एका मरणासन्न महिलेच्या शरीरात पसरलेला कर्करोग - क्षणार्धात निघून गेला. एक चमत्कार? एकदम. पण एक सत्य कथा कधीही कमी नाही. तो अनेकांपैकी एक आहे. आम्हाला पाहिजे तितके नाही, परंतु तसे झाले. आणि जर एक कावळा पांढरा असेल तर सगळे कावळे काळे नसतात. तिने असे जीवन जगले जे तिने यापूर्वी कधीही जगू दिले नव्हते. तिने तिच्या परिस्थितीचे सत्य पाहिले, तिला तिच्या वेदना जाणवल्या - आणि तिने स्वतःला माफ केले. स्वतःला माफ केले. स्वतः ची घृणा आणि स्वतः ची अवमूल्यन करणाऱ्या द्वेषाच्या सर्व वर्षांसाठी स्वतः ला क्षमा केली. आणि मग तिने स्वतःला तिने निवडलेले जीवन जगण्याची परवानगी दिली. पहिल्यांदाच तिला इतर कोणाच्या परवानगीची गरज नव्हती. आणि तिने आपल्या पतीला

क्षमा केली. तिने त्याला त्याच्या सर्व गुंतागुंतीमध्ये पाहिले आणि तिने त्याला तसे राहू दिले. आणि त्याच्यावर प्रेम करणे आणि तो कधीही विश्वासू नसला तरीही त्याच्यासोबत राहणे ठीक आहे. जगण्याची तिची निवड, तिच्या स्वतःला स्वीकारण्याच्या सामर्थ्याने प्रवृत्त केले, एवढेच घेतले.

स्वतःला स्वीकारणे

स्वतःला स्वीकारण्यात प्रचंड शक्ती आहे. आणि तरीही, ही संकल्पना बहुतेक लोकांसाठी परदेशी राहते. ही अशी गोष्ट नाही जी मुले मोठी होत असताना आपल्याला शिकवली जातात. शाळेत नाही, घरी नाही, कुठेही नाही. कदाचित कारण ज्यांनी आपल्याला स्वतःला परिपूर्णतेची मागणी न करणे, क्षमाशील आणि दयाळूपणे वागणे, संयम बाळगणे आणि चुका करणे हे आपल्याला मानव बनवण्याचा एक भाग आहे हे समजून घेणे शिकवायचे आहे - ते स्वतःला माहित नाही. त्यामुळे अनेक संस्कृती परिपूर्णतेच्या मागणीवर आधारित आहेत. अशी मागणी जी कधीही पूर्ण होऊ शकत नाही, परंतु ती कधीही आपल्या अस्तित्वाच्या जडणघडणीत रुजलेली नाही, जी आपल्याला जन्मल्यापासून चमच्याने खायला दिली जाते. ज्या वेळेस आपण चालत जाऊ शकतो आणि आपले पहिले शब्द बोलू शकतो, ते आधीच पूर्ण झाले आहे. आम्हाला माहित आहे की चुका करणे योग्य नाही. आणि जेव्हा आम्ही करतो - आम्हाला त्यांच्यासाठी कठोर शिक्षा दिली जाईल. आपण मोठे होऊन आपलेच सर्वात वाईट न्यायाधीश बनतो, स्वतःची करुणा नाकारतो यात आश्चर्य नाही. आपण स्वेच्छेने अनोळखी लोकांपर्यंत पोहोचू शकतो. आत्म-स्वीकृतीची 4 मुख्य तत्वे आहेत. ही तत्वे, एकदा प्रभुत्व मिळवल्यानंतर, सतत आत्मनिर्णय, स्वतः ची शिक्षा आणि दोष आणि चिंतन आणि समजूतदार जीवन, करुणा आणि अंतःकरणाच्या उपचारांमध्ये खोलवर रुजलेल्या जीवनात फरक करू शकतात. त्यांची प्रिंट काढा, तुमच्या बाथरूमच्या आरशावर किंवा कोणत्याही ठिकाणी ठेवा. आपण त्यांना दररोज पाहू शकता. ते पुन्हा पुन्हा वाचा. त्यांना तुमच्या अस्तित्वाचा अविभाज्य भाग बनवा.

स्व-स्वीकृतीची चार तत्त्वे

1. तुम्ही एक माणूस आहात याची जाणीव ठेवा आणि तुम्ही चुका करू शकता आणि कराल. (चुका करणे हा गुन्हा नाही, ही फक्त जीवनातील वस्तुस्थिती आहे.)

2. या चुकांसाठी - तुम्हाला माफ केले जाऊ शकते. आणि आपण क्षमा करू शकता.

3. कधी कधी तुम्ही आयुष्यासाठी तयार असता तर कधी तुम्ही नसता. आणि ते नेहमीच असेच असेल. (याचा अर्थ असा आहे की तुमच्या जीवनात अशा काही घटना घडतील आणि असतील, ज्यासाठी तुम्ही तयार नसाल. आणि म्हणून तुम्ही अशा प्रकारे वागू शकता की, जर तुम्ही चांगली तयारी केली असती, तर तुम्ही कृती केली नसती. असे नाही. याचा अर्थ असा नाही की तुम्ही एक वाईट व्यक्ती आहात. पुन्हा, ते फक्त - जीवनातील एक सत्य आहे. तुम्हाला या कृतींसाठी क्षमा केली जाऊ शकते आणि तुम्ही स्वतःला क्षमा करू शकता).

4. तुमच्या गरजा आणि इच्छा महत्त्वाच्या आहेत, जरी त्या प्रथम प्राधान्य नसल्या तरी. ते प्रथम प्राधान्य नसल्याचा अर्थ असा नाही की ते महत्त्वाचे नाहीत. ते महत्त्वाचे. काही फरक पडत. तुम्ही महत्त्वाचे आहात. एक सेकंद इथे थांबा. हे शब्द बुडू द्याः तुम्हाला महत्त्व आहे. तुम्ही महत्त्वाचे आहात. जेव्हा मी हे ऐकले तेव्हा अनेक वर्षांपूर्वी पहिल्यांदाच माझ्या जगाला उलथापालथ झाली. असे साधे विधान. अशी उघड गोष्ट. मग मी का रडत होतो? मला हे देखील माहित नव्हते की मला वाटले की मला काही फरक पडत नाही. मी फक्त याबद्दल कधीही विचार केला नाही. त्यामुळे अनेक गोष्टी माझ्यासाठी महत्त्वाच्या होत्या. माझे कुटुंब, माझा व्यवसाय.... पण स्वतः? तो स्वार्थी नव्हता का? स्वतःचा विचार करायचा? स्वतःला महत्त्वाचे बनवण्यासाठी? मला माहिती आहे की काही जण हे वाचून खांदे उडवू शकतात. जर तुम्हाला स्वतःवर प्रेम करण्यासाठी वाढवले असेल तर - उत्तम. तुम्ही भाग्यवान आहात. पण आज आपल्या जगात, दुर्दैवाने तुम्ही अल्पसंख्याक आहात. मी अनेक वर्षांपूर्वी आत्म-स्वीकृतीची तत्त्वे शिकलो आणि ती समजून घेणे हा माझ्या आयुष्यातील

एक महत्त्वाचा टर्निंग पॉइंट होता. माझ्यासाठी - ते एक प्रकटीकरण होते. मला माफ केले जाऊ शकते? खरे तर चुका करणे ठीक होते का? आणि फक्त तेच नाही. ते दिले होते की मी त्यांना पुन्हा बनवू? मी भूतकाळात याबद्दल कधीही विचार केला नाही. मला फक्त शिक्षा झालीच पाहिजे हे मला माहीत होतं. आणि जर इतरांद्वारे नाही तर स्वतःहून. जितके कठोर - तितके चांगले. एक अशी यंत्रणा जी जन्मानंतर लगेचच सुरू झाली आणि ती माझ्यातील जन्मजात अंग बनली. ते पूर्ववत करण्यासाठी मला वर्षे लागली. हे असे काहीतरी आहे जे मला अजूनही कधीकधी आठवण करून देते. मला आशा आहे की असा दिवस येईल जेव्हा आत्म-स्वीकृती माझ्यासाठी इतके स्वयंचलित होईल जसे की स्वतः ला शिक्षा करणे इतके दिवस होते. असे काही वेळा असतात जेव्हा ते आधीच असते. कथेतील मरणासन्न स्त्रीला एक एपिफेनी होती. खोल ध्यानाच्या अवस्थेत, तिने स्वतःला अशा प्रकारे पाहिले की तिने यापूर्वी कधीही स्वतःला परवानगी दिली नव्हती. आणि तिने स्वतःला तिच्या सर्व अगतिकतेसह स्वीकारले. तिचा नवरा तिच्याशी कधीच विश्वासू नसला तरीही तिने तिच्यासोबत राहणे ठीक आहे. तरीही तिने त्याच्यावर प्रेम करायला हरकत नाही. स्वतःच्या सत्याबद्दल तिची जागरण इतकी प्रगल्भ होती, की तिच्या शरीरातून वाहत असलेल्या आत्म-प्रेमाच्या लाटेने त्याच क्षणी कर्करोगाच्या पेशी विरघळल्या.

योग्य निर्णय घेणे

योग्य निर्णय हा एक निर्णय आहे जो आपल्यासाठी योग्य आहे. तुमच्या मित्रांसाठी नाही, तुमच्या पालकांसाठी किंवा तुमच्या मुलांसाठी नाही आणि इतर कोणासाठीही नाही. तुमच्यासाठी जे योग्य आहे, खरोखर योग्य आहे, तेच शेवटी इतरांसाठीही योग्य असेल. पण ते काय आहे हे तुम्हाला आधी कळले पाहिजे. केवळ तर्क आणि तर्काचा विचार करणे आणि वापरणे तुम्हाला तेथे पोहोचवणार नाही. वास्तविक भावनांसाठी नेहमीचे पर्याय नाहीतः आत्म-दया, टाळणे, राग, नकार आणि दोष. आणि तुम्ही वर्षानुवर्षे अनिश्चिततेत अडकले असाल किंवा निर्णय घ्याल तर तुम्हाला नंतर पश्चाताप होऊ शकतो, ते योग्यच आहे याची खात्री नसते. किंवा तुम्हाला खरोखर काय हवे आहे याबद्दल स्वतःशी खोटे बोला, कथेतील स्त्रीप्रमाणेच, मृत्यूपासून एक इंच दूर होईपर्यंत अनुभवण्यास नकार द्या. शेवटच्या क्षणी तिला जाग आली आणि तिला चमत्कारिक उपचार मिळाले. प्रत्येकजण करत नाही. मला माहित आहे की आत डोकावून पाहणे आणि तुम्हाला खरोखर काय वाटते हे शोधणे भितीदायक आहे, विशेषतः जर तुम्ही आयुष्यभर ते टाळत असाल. पण त्याभोवती कोणताही मार्ग नाही. तुम्हाला तुमच्या भावनांच्या गुंतामधून बाहेर काढणे आवश्यक आहे, जेणेकरून तुम्ही स्पष्टपणे पाहू शकता. तुम्हाला खरोखर काय वाटते याच्याशी संपर्क साधण्याचा एक मार्ग म्हणजे तुमच्या जोडीदाराला उद्देशून पत्र लिहा. हे एक पत्र असेल जे आपण मेल करणार नाही. ते लिहा आणि ते तुमच्यासाठी खरे बनवा. ते न्याय्य किंवा योग्य किंवा न्याय्य असण्याची गरज नाही. हे करण्याचे एकमेव कारण म्हणजे ते सर्व बाहेर काढणे. जर तेच आत असेल तर तुम्हाला त्यातून मुक्त व्हायचे आहे, त्यामुळे ते तुम्हाला विष देत नाही. जर तुम्हाला स्वतःबद्दल खूप वाईट वाटत असेल आणि फक्त थांबायचे असेल; एवढेच लिहा आणि लिहीत रहा. तुम्ही जे लिहिता त्याचे मूल्यमापन करू नका, त्याचे विश्लेषण करू नका, व्याकरण किंवा विरामचिन्हांकडे लक्ष देऊ नका आणि पुढे जात रहा. एका विशिष्ट टप्प्यावर तुमच्या भिंती तुटतील, तुम्ही ढोंग सोडून द्याल आणि वास्तविक तुम्ही बाहेर पडाल. लक्षात ठेवाः हे एक पत्र आहे जे कोणीही पाहणार नाही. तुम्ही ते मेल करणार नाही. पण ते तुमचे स्वातंत्र्याचे तिकीट आहे. म्हणून लिहा. आणि जसजसा तुम्ही हाताने कागद खाली

सरकवता तसतसे तुम्ही आत ठेवलेल्या सर्व गोष्टी बाहेर वाहू लागतील. तुमचे अश्रू लेखन थांबू देऊ नका. तुम्हाला हे सर्व अनुभवायचे आहे. तरच तुम्ही तटस्थ ठिकाणी पोहोचू शकता-जेथून निर्णय घ्यायचा ते एकमेव ठिकाण. एकदा तुमचे लेखन पूर्ण झाले की पत्र जोडण्यासारखे काही नाही आणि ते एका दिवसासाठी काढून टाका. हे पत्र कोणालाही सापडणार नाही याची खात्री करा. तुम्हाला कोणीही ते भेटून वाचावे असे वाटत नाही. कधी. विशेषतः कोणीतरी पत्रात नमूद केले आहे. ही खूप दुखावणारी आणि शिक्षा देणारी गोष्ट असू शकते आणि ती तुमच्या नात्याला खूप हानी पोहोचवू शकते. दुसऱ्या दिवशी - पत्र हळूहळू पुन्हा वाचा, त्यात जोडा किंवा दुरुस्त्या करा जेणेकरून ते अधिक मजबूत होईल. नंतर ते दुमडून पुन्हा ठेवा. तिसऱ्या दिवशी, काहीही न जोडता, आपण जे लिहिले आहे ते पुन्हा एकदा पुन्हा वाचा. त्यानंतर, पृष्ठानुसार पत्र बर्न करा. हे खूप महत्त्वाचं आहे. तुम्ही तुमच्या अवचेतन मनाला स्पष्ट संदेश देत आहातः मी हा राग सोडत आहे. मी ते पूर्ण केले आहे. ज्यांना मी हे तंत्र दिले होते अशा अनेक लोकांसोबत काम केल्यावर, मला असे आढळले आहे की तीन दिवसांपेक्षा लवकर पत्र जाळणे कार्य करत नाही. एका मुलीने मला सांगितले की तिला दुस-या दिवशीही पाने जाळताना खूप त्रास झाला. "आग सतत मरत राहिलं म्हणून होतं, की भावनिकदृष्ट्या ते करणं तुमच्यासाठी कठीण होतं म्हणून?" मी विचारले. "ही आग नव्हती," ती म्हणाली. "तो मी होतो. मला प्रचंड प्रतिकार जाणवला. मला ही पाने जाळायची नव्हती." होय, राग धरून ठेवल्याने अनेक मोबदला मिळतात; दोष देणे, बरोबर असणे, स्वतःची दया, धार्मिक राग काही नावे. आणि त्यांना बरे वाटत नसले तरी, अनेकजण हे मोबदला घेत राहतात कारण ते कोणत्याही ड्रग-व्यसनासारखे व्यसनाधीन आणि अतिशय धोकादायक असतात, ज्यामुळे अनेकदा गंभीर किंवा प्राणघातक आजार होतो. तुमच्या आयुष्यातील सर्वात कठीण प्रश्न कोणता असू शकतो याचे उत्तर देण्याचा प्रयत्न करणे आणि यामुळे तुम्हाला होत असलेल्या वेदना जाणवणे टाळणे म्हणजे धुक्याच्या काचेतून पाहण्याचा प्रयत्न करण्यासारखे आहेः सर्वकाही अस्पष्ट आहे. तुम्ही जी उत्तरे शोधत आहात ती तुमच्या भावनांच्या भिंतीच्या पलीकडे आहेत. ही भिंत वितळेल आणि विरघळेल एकदा तुम्ही भावनांना वाहू द्याल. जर आपण आपल्या भावनांना पाण्याच्या खोल तलावाशी तुलना केली तर आपल्या प्रश्नांची उत्तरे या तलावाच्या तळाशी आपली वाट

पाहत असतात. त्या तलावात उतरण्यासाठी आणि नंतर आत जाण्यासाठी तुम्हाला सामर्थ्य मिळाले पाहिजे. खालील व्हिज्युअलायझेशन वापरून पहा: ऑक्सिजन मास्क आणि सर्व आवश्यक उपकरणे परिधान केलेला स्कूबा डायव्हर स्वतःची कल्पना करा, जेणेकरून तुम्ही पाण्याखाली श्वास घेऊ शकता. भावनांच्या या तलावाच्या तळाशी हळूहळू खाली तरंगायला सुरुवात करा. आता- बाकी सर्व विसरून जा आणि तुम्हाला काय वाटत आहे यावर लक्ष केंद्रित करा. ज्या गोष्टींमुळे तुम्हाला वेदना होत आहेत त्या गोष्टींची कल्पना करा आणि तुम्ही एकत्र करू शकता अशा सर्व तीव्रतेसह काय येते हे स्वतःला अनुभवू द्या.

सुरुवातीला तुम्हाला कदाचित राग येईल. राग सामान्यतः पृष्ठभागाच्या इतका जवळ असतो, की त्याचा स्पर्श करणे सोपे असते. राग दुखापत, नंतर अधिक राग, नंतर दुखापत होऊ शकतो. तुमच्यावर राग, भीती, दुःख, लाज, दुःख, पश्चाताप येऊ शकतो. त्यांना अनुभवा आणि त्यांना जाऊ द्या. योग्य, अयोग्य, न्याय्य, अन्यायकारक, सोपे किंवा कठीण... त्यांच्यासोबत रहा आणि खोलवर बुडत रहा. तलावातून मदत मिळविण्याच्या आग्रहाचा प्रतिकार करा. तुम्ही भूतकाळात प्रत्येक वेळी हेच केले आहे. खूप जास्त वाटलं तेव्हा. म्हणूनच तुम्ही इतके अडकलेले आहात, उत्तरे शोधत आहात आणि ती कधीही सापडत नाहीत. यावेळी वेगळ्या पद्धतीने करा. कितीही कठीण आणि कितीही घाबरले तरीही तुमच्या भावनांसोबत राहण्याची हिंमत ठेवा. तुम्ही जितके खोलवर जाल तितके अधिक तुम्हाला सापडेल. आणि अधिक वेदना-अधिक सौंदर्य नाही. सर्वांत सुंदर भावनांमध्ये पदार्थ आणि वजन असते. ते पृष्ठभागावर किंवा तलावाच्या वरच्या थरांवर तरंगत नाहीत. प्रेम, आशा, आनंद, आनंद, क्षमा, शांती... ते सर्व तळाच्या वाटेवर तुमची वाट पाहत आहेत. तुमच्या मार्गात असलेल्या इतर सर्व गोष्टींचा विचार केल्याशिवाय तुम्ही त्यांच्यापर्यंत पोहोचू शकत नाही. तुमची उत्तरेही ते धरतात. बऱ्याच वेळा, जवळजवळ तळाशी आल्यावर, तुमच्या कानात आवाज कुजबुजतो; ते खूप आहे, तुम्ही ते यापुढे घेऊ शकत नाही. प्रत्येक वेळी तुम्हाला चुकीच्या मार्गावर नेणारा हा आवाज आहे. तुमच्या नकारात्मक अहंकाराचा आवाज, तुमच्या आतल्या शत्रूचा. पण हा आवाज फेटाळण्याएेवजी, ज्या आवाजाने तुम्हाला कधीही सत्य सांगितले नाही, तुम्ही त्याला प्रतिसाद देता आणि सर्व मार्ग वर, परत पृष्ठभागावर आला. तळापर्यंत पोहोचत नाही, स्वातंत्र्य शोधत नाही, सुटका शोधत नाही. फक्त एक मिनिट बाकी होते.

कदाचित एक सेकंदही, आणखी नाही... पण तुम्हाला जे माहीत आहे त्यावर तुमचा विश्वास नाही. तुम्ही स्वतःला, पुन्हा एकदा, तुमच्या अहंकाराने मोहात पडण्याची परवानगी दिली. आणि शुद्ध होऊन वर येण्याऐवजी, जाणत्या स्वच्छ, ताज्या हवेत वर ढकलले जाण्याऐवजी, आपण केवळ अर्धवट सुटका अनुभवली आणि आपण शोधलेल्या उत्तराशिवाय अद्याप बाकी आहे. याचा विचार करा. ते आकर्षक नाही का? वेदना जाणवणे लोकांना इतके भयंकर का आहे की ते टाळण्यासाठी ते कितीही टोकाला जातील? याचे आणखी एक उदाहरण मी देतो. कर्करोगाने आजारी असलेला एक तरुण मानसोपचारतज्ज्ञाकडे काम करत होता. काहीवेळा तो त्याच्या आईसोबत थेरपी सत्रात यायचा, केमोथेरपीच्या उपचारानंतर तो खूप अशक्त होता. प्रत्येक शारीरिक आजाराच्या मुळाशी भावनिक कारण असते हे जाणून, थेरपिस्ट त्या तरुणाच्या वडिलांचा वर्षानुवर्षे मृत्यू झाला होता आणि मुलाने त्याच्या मृत्यूवर कधीही दुःख केले नाही हे जाणून घेण्याचा प्रयत्न करत होता. "पुढच्या वेळी, तू येशील तेव्हा मी तुला तुझ्या भावनांमधून जाण्यास मदत का करू नये, म्हणजे तुला वडिलांच्या मृत्यूचे दुःख होईल," डॉक्टरांनी सुचवले. तरुणाचे शरीर ताठ झाले. त्याने पायाकडे पाहिले, छातीवर हात जोडले. तो पाण्याचा ग्लास घेऊन आला. थेरपिस्ट वाट पाहत होता. "नाही," त्या माणसाने मौन तोडले. "नाही. मी केमोथेरपी करत राहणे पसंत करेन. केमोनंतर मला फक्त चार तास उलट्या होतात. मी याचा सामना करू शकतो." आणि तरीही, भितीदायक किंवा नाही, भावना या फक्त भावना आहेत. ते चढ-उतार होतात आणि ते बदलतात-उच्च-ओहोटी, कमी-ओहोटी, वादळ, आग, दुष्काळ. लहान मुले परिस्थितीशी जुळवून घेणे आणि प्रौढांचे अनुकरण करणे शिकण्याआधीच एक उत्तम उदाहरण आहे. एक क्षण रडतो, दुसऱ्या क्षणी आनंदाने हसतो. भावना येतात आणि जातात. ते कसे भरू नये हे स्वतःला शिकवा. त्यांना अनुभवा आणि त्यांना सोडा, जेणेकरून तुम्ही मुक्त होऊ शकता. कारण जोपर्यंत ते मार्गात आहेत, तोपर्यंत तुम्ही त्यांच्याद्वारे चालवले जाल. आणि शेवटी - त्यांच्याद्वारे नष्ट. व्यक्त न केलेल्या, अप्राप्य संकुचित भावना म्हणजे स्फोट होण्यासाठी तयार टाइम बॉम्ब. घड्याळ सेट केले आहे, परंतु वेळ माहित नाही. कॅन्सरच्या मुळाशी राग, जुना, भयंकर, व्यक्त न झालेला आणि आता प्राणघातक आहे. हा राग आहे ज्याबद्दल आपल्याला खात्री आहे की काहीही करण्यास उशीर झाला आहे. मी

याबद्दल काहीही करू शकत नाही, हे खूप पूर्वी घडले आहे, आता खूप उशीर झाला आहे जे संदेश आपण आपल्या सुप्त मनाला वारंवार देतो. कधीकधी राग खरंच इतका जुना असू शकतो, आपल्याला तो आठवतही नाही. ते स्वतःपासून लपवून ठेवण्यात आम्ही यशस्वी झालो आहोत. पण ते तिथे आहे, जेवढे जिवंत आणि सामर्थ्यवान ते पहिल्यांदा जन्माला आले होते आणि ते आपले प्राणघातक कार्य करत आहे. अवचेतनला संदेश मिळतोः खूप उशीर झाला आहे. अवचेतन न्याय किंवा मूल्यांकन करत नाही. हे फक्त दिलेल्या प्रोग्रामचे अनुसरण करते. शरीर तसेच अनुसरण. खूप उशीर झालेला आहे. आणि माणसाला प्राणघातक आजार होतो. त्याला येथून बाहेर काढण्यासाठी डिझाइन केले आहे कारण येथे खूप उशीर झाला आहे. खूप उशीर झालेला नाही! आणि हा बॉम्ब हळुहळू आत निघून जाणारा अनेकदा थांबवता येतो. तर अनेकांनी ते यशस्वीपणे केले आहे. त्यांच्या भावनांच्या तळापर्यंत पोहोचल्याशिवाय आणि त्यांच्या बांधणीच्या पकडीतून स्वतःला मुक्त केल्याशिवाय त्यापैकी काहीही नाही. जीवघेणा आजार होणे ही त्यांची प्रेरणा होती. तितके लांब जावे लागत नाही. स्वतः ची दया, स्वतःबद्दल खेद वाटणे ही भावना नाही, तर मूड, एक स्थिती आहे. ही एक भूल देणारी औषध आहे जी तुम्हाला अडकवून ठेवते, आणि त्याचप्रमाणे स्वतःला किंवा इतरांना दोष देते. वेदना कमी करण्यासाठी ते "औषधे" आहेत आणि व्यसनाधीन आहेत. अशी औषधे जी तुम्हाला बरे करत नाहीत तर त्याऐवजी तुम्हाला मारतात. तुम्हाला हळुहळू मारणे, किंवा जागीच, ओव्हरडोजसारखे. हृदयविकाराचा झटका किंवा कर्करोग किंवा तीव्र नैराश्याने. नैराश्य म्हणजे काय? एका वेळी एक थर एकमेकांवर रागाच्या पट्ट्यांप्रमाणे कापसाचे किंवा रेशमाचे तलम पारदर्शक कापडाची कल्पना करा. एक संथ प्रक्रिया, वर्षानुवर्ष तयार होत, अखेरीस एक जाड, अभेद्य वीट, कठोर आणि गडद आणि घन तयार करते, जी आता तुमच्या छातीवर दाबत आहे. वर्षानुवर्ष जमलेल्या तुमच्या लहान-मोठ्या सर्व रागांनी बनलेला. ते सर्व - अप्राप्य, एकत्र भरलेले, इतके वेगळे करणे अशक्य आहे. आणि आपण याबद्दल काहीही करत नाही. फक्त त्यांना बांधू देत आहे. एका सकाळपर्यंत तुम्ही अंथरुणातून उठू शकत नाही आणि याचे कारण तुम्ही स्पष्ट करू शकत नाही. किंवा काहीतरी किरकोळ घडते - कामाच्या पुढच्या डेस्कवर असलेली सहकारी खूप जोरात हसते, पुन्हा (!!!!) तुम्ही तिला खूप वेळा न करण्यास सांगितल्यानंतर... आणि

तुम्ही ते आता घेऊ शकत नाही. तो शेवटचा पेंढा होता. तुम्ही स्नॅप करा. तुम्हाला जगण्यात काही अर्थ दिसत नाही. ते नैराश्य आहे. आता तुम्ही खर्‍या ड्रग्स-अँटीडिप्रेसंट्ससाठी प्रमुख उमेदवार आहात ज्यामुळे तुम्हाला बरे वाटेल अशी आशा आहे. पण मूळ कारण काढून टाकण्यासाठी ते काहीही करणार नाहीत. कर्करोगाचे प्रमाण वाढत आहे. नैराश्य वाढत आहे. अधिकाधिक, आपण जीवनाच्या सुरुवातीच्या काळात हृदयविकाराच्या झटक्याने लोक मरत असल्याबद्दल ऐकतो. एक अॅथलीट, एक तरुण माणूस ज्याला त्याच्या तब्येतीत काहीही बिघाड नाही असे वाटत होते, तो टेनिस कोर्टवर अचानक मेला. वयाच्या चाळीशीत हृदयविकाराचा झटका. पण आधी त्याच्या हृदयात काही चूक नव्हती?! तुला खात्री आहे? एखाद्याच्या हृदयात काहीतरी चुकीचे आहे की नाही हे काय ठरवते? हृदयदुखी पात्र आहे का? पारंपारिक औषधांद्वारे मोजता येत नाही अशी हृदयाची वेदना? परंतु पुरुषांनी बलवान असले पाहिजेत, त्यांनी "माणसाप्रमाणे ते सहन केले पाहिजे", हृदयाच्या वेदनाकडे दुर्लक्ष केले पाहिजे आणि "ते हाताळत राहिले."

ते करतात?

अनेक प्रकरणांमध्ये, हृदयविकाराच्या झटक्याचे पहिले लक्षण म्हणजे मृत्यू. मरण्यासाठी खूप तरुण लोक होत. काय चालू आहे? खूप वेदनांनी भरलेले हृदय इतकेच सहन करू शकते. आणि तो सोडून देतो. जर तुम्ही वैद्यकीय व्यवसायात असाल आणि हे वाचत असाल, तर ते सहजासहजी डिसमिस करू नका. वैद्यकीय स्पष्टीकरणांना नकार देणाऱ्या उपचारांची वाढती संख्या नाकारू नका. मला आपल्या पाश्चिमात्य औषधांबद्दल खूप आदर आहे. माझ्या मैत्रिणीचा जीव कमीत कमी दोनदा वाचला होता जेव्हा तिला अंतर्गत रक्तस्राव झाला होता ज्याची तिला खूप रक्त वाहून जाईपर्यंत माहिती नव्हती. तिला अंतर्गत रक्तस्राव का झाला? तिच्या पोटात जास्त रक्तस्राव, हृदयाच्या इतक्या जवळ? असे काय होते की तिला पोट भरता येत नव्हते? मी तुला सत्य सांगेन. तिचे लग्न (तिचे पहिले लग्न) उलगडत होते आणि हिमस्खलन थांबविण्यास तिला शक्तीहीन वाटत होती हे तिला पटत नव्हते. आम्ही एकेकाळी जे एकमेकांसोबत होते ते गमावत होतो, एकाच छताखाली अनोळखी झालो होतो आणि जे घडत होते ते हाताळण्यासाठी तिच्याकडे कोणतीही साधने

नव्हती. आणि म्हणून तिने तेच केले जे बहुतेक लोक करतात. ती रडली, ती लढली, तिने प्रतिकूल शांततेत माघार घेतली, तिने शिक्षा केली, तिने दोष दिला आणि तिला स्वतःबद्दल खूप वाईट वाटले. तरीही, तिने कधीही स्वतःला खऱ्या अर्थाने वेगळे होऊ दिले नाही. माझ्या वेदनांच्या अगदी तळाशी जाऊन सत्याचा सामना करण्यासाठी. तो कोणाचा दोष नव्हता. आम्ही खूप लहान असताना हे काम केले, परंतु ते दीर्घकाळ कार्य करू शकत नाही, ती या सत्यासाठी तयार नव्हती. ती लग्न सोडण्याचा विचारही करायला तयार नव्हती. त्याऐवजी तिला रक्तस्त्राव झाला. आणीबाणीच्या खोलीतील अद्भुत डॉक्टरांनी तिला वाचवले, वेळेत रक्तस्त्राव थांबवला आणि तिचा मृत्यू झाला नाही. पण शेवटी, ते भावनिक उपचार, हृदयाला बरे करणे, रक्तस्रावामुळे झालेल्या वेदनांना बरे करणे, ज्यामुळे हे संपले. आणि रक्तस्त्राव थांबला. आपल्या भावनांमध्ये प्रचंड शक्ती आहे. त्यांच्याकडे जीवन आणि मृत्यूची शक्ती आहे. जेव्हा तुम्हाला अशा निर्णयाचा सामना करावा लागतो जो तुमच्या जीवनाची दिशा बदलेल, असा निर्णय तुमच्या जवळच्या इतरांच्या जीवनावर परिणाम करेल. असा निर्णय जो तुमच्या सर्व कुटुंबावर खोलवर परिणाम करेल, इतके शिल्लक आहे. त्यामुळे योग्य निवड करणे महत्त्वाचे आहे. तुमच्यासाठी योग्य असलेली निवड. ज्याचा तुम्ही भविष्यात प्रश्न करणार नाही. एक निर्णय जो मागे वळून पाहताना तुम्हाला समजेल की करणे योग्य आहे. ते कितीही कठीण आणि वेदनादायक असले तरीही, अखेरीस प्रभावित झालेल्या प्रत्येकासाठी ते बरे झाले. जेव्हा तुम्ही या विशालतेचा निर्णय घेत असाल, तेव्हा तुम्ही स्वतः सर्व उपस्थित असणे आवश्यक आहे. तुम्ही विचार करता आणि तुमची भावना, तुमची बुद्धी आणि तुमचे हृदय. तुम्हाला तुमचे प्रेम आणि तुमची इच्छा यामध्ये योग्य संतुलन शोधण्याची गरज आहे. तुमची इच्छा - ती शक्ती आणि सामर्थ्य तुमच्याशिवाय जे करणे आवश्यक आहे ते करणे कठीण आहे किंवा नाही. आणि तुमचे प्रेम, तुमचा एक भाग जो तुमच्या हृदयाचे अनुसरण करू इच्छितो किंवा नाही हे करणे योग्य आहे. आपल्याला त्यांच्यातील संतुलन शोधण्याची आवश्यकता आहे. स्वातंत्र्य सोपे नाही आणि नेहमीच आरामदायक नसते. त्यासोबत एक जबाबदारी येते. योग्य निवडी करण्याची जबाबदारी. आपल्या निवडींनी जाणीवपूर्वक दुसऱ्याला इजा न करण्याची जबाबदारी. आम्ही शोधत असलेली उत्तरे या गुंतागुंतीच्या आमच्या आकलनासह येतात. आपल्यापैकी प्रत्येकजण

अनेक बंदरांचा एक समन्वय आहे. आपण प्रत्येकजण प्रकाश वाहतो आणि अंधारही वाहून नेतो. आपण आपल्या अंधाराशी परिचित आहोत. आपला प्रकाशच आपल्याला घाबरवतो. कधीकधी आपण सर्वात दयाळू दानाने भरलेले असतो. इतर वेळी आपण दूर आणि थंड आणि अनुपलब्ध असू शकतो. आपण राक्षस असू शकतो आणि आपण संत होऊ शकतो. आपण सर्वकाही असू शकतो आणि अनेकदा आपण असतो. आपण जितके अधिक उपचार अनुभवले आहे, तितकेच आपल्या सौंदर्यातून कार्य करण्याची आपली निवड अधिक मजबूत आहे आणि आपल्या नकारात्मकतेच्या बाहेर नाही. एक साधे उत्तर शोधण्यासाठी, जटिल परिस्थितीसाठी "होय" किंवा "नाही" म्हणजे स्वतःचा आदर न करणे. तुम्ही त्यापेक्षा जास्त पात्र आहात. आपल्याला आवश्यक असलेली जागा द्या. अशा प्रकारे स्वतःचा सन्मान करा. एकदा तुम्ही स्वतःला सत्य सांगितल्यानंतर, एकदा तुम्ही स्वतःला सर्व भावना अनुभवू दिल्या की तुम्ही इतके दिवस आटोक्यात ठेवत आहात, एकदा तुम्ही स्वीकार केले आणि स्वतःला क्षमा केली आणि तुमच्या परिस्थितीची वस्तुस्थिती सुशोभित न करता किंवा न करता स्वीकारली. ते त्यांच्यापेक्षा वाईट आहेत, तुम्ही जी उत्तरे शोधत आहात ती फक्त तिथे असतील आणि तुम्हाला कळेल. काहींसाठी संबंध संपवणे योग्य आहे, तर काहींसाठी ते राहणे योग्य आहे. कोणतेही योग्य किंवा चुकीचे उत्तर नाही. तुमच्यासाठी तेच योग्य आहे. या प्रक्रियेत घाई करू नका. पायऱ्या सोडू नका. जे आवश्यक आहे ते करण्याची हिंमत बाळगा. त्यामुळे तुम्ही मुक्त होऊ शकता. अन्यथा, आपण ठरवले तरी हरकत नाही, पश्चाताप होईल, दुःख असेल आणि शंका असेल. निवडीच्या पातळीवर, जादू एखाद्याच्या जीवनात प्रवेश करते- जादू जी आपल्याला शक्यतेची शक्ती आणि आपली खरी भव्यता दर्शवते. तिथपर्यंत पाऊल टाकण्यासाठी हिंमत लागते. स्वतःला तो प्रकाश स्वतःमध्ये पाहू देण्यासाठी. इतके धाडस अनेकांमध्ये नसते. जो करतो तो व्हा. तुमचे जीवन इतरांच्या जीवनावर प्रकाश टाकू द्या. जर कोणी ते करू शकत असेल तर बरेच लोक करू शकतात. आपण का नाही?